பாதையோர

பூக்கள்

பதிப்பகம்

Paathaiyora Pookkal

Written By Milton Vilfret

 Special credits to Santheep Kumar, Abitha, Dr.Niveditha.

ISBN (Paperback) - 9788194928812

First Edition : 2021

Book Design by POETRY WORLD

பாதையோர

பூக்கள்

அ. மில்டன் வில்பிரெட்

அணிந்துரை

கடுகுக் கவிதைகளின் மீது ஒரு கழுகுப்பார்வை :

கடுகு சிறுத்தாலும் காரம் குறையாது. அதுபோல, வீரியமான குறுங்கவிதைகள் பல தமிழில் ஆக்கப்பட்டிருக்கின்றன. மறைந்த எழுத்தாளர் திரு.நகுலன் அவர்கள் இதில் வல்லவர். இவருடைய 'கோட் ஸ்டாண்ட் கவிதைகள்' கவனத்தை ஈர்த்தவை.

"எனக்கு யாருமில்லை

நான் உட்பட"

என்ற கவிதை ஒரு உதாரணம். இந்த இளங்கவிஞரின் கன்னித் தொகுப்பில் ஓரளவிற்கு வீரியமான சில கவிதைகளை என்னால் இனங்காண முடிந்ததே ஆறுதலளிக்கக்கூடிய விஷயம் தான்.

"பறக்கவே பயிலாத பறவைகளுக்கு

கூடு கட்டும் பயிற்சி எதற்கு?"

(குழந்தைத் தொழிலாளர்கள்)

என்ற இக்கவிதை,

“கூண்டுக்கிளிகளின் காதலில் பிறந்த

குஞ்சுக்கிளிக்கு

எதற்கு எப்படி

வந்தன சிறகுகள்?”

என்ற கல்யாண்ஜியின் கவிதையை நினைவுபடுத்துகிறது இது.

“பிரிவு

நிகழ்ந்த அனைத்தையும்

நினைவுகளாக்கி விட்டது

அந்த ஒற்றை நொடி”

“வரலாறு

வலிகள் பல

கடந்து வந்தவர்களின்

வருகைப் பதிவேடு”

"நிற்கிறேன்

ஒற்றைக் காகிதக் கையெழுத்திற்காக

கற்றைக் காகிதம் ஏந்தி நிற்கிறேன்"

(கையூட்டு)

"உண்மை

உணரப்படும் வரை

உறங்கிக் கொண்டு தான் இருப்பேன்"

கச்சிதமான வடிவத்தை இவை அடையா விட்டாலும், நல்ல கவிதைகளுக்கான சாயலை இவை கொண்டிருக்கின்றன என்பதே சிறப்பு.

நான் பள்ளி மாணவனாக இருந்த போது, ஒரு போட்டி நடத்தப்படுவது உண்டு. ஒரு பெட்டியில் நிறையப் பொருட்கள் வைக்கப்பட்டிருக்கும். போட்டியாளர்களுக்கு ஒரு சில நொடிகள் மட்டும் அது திறந்து காட்டப்படும். ஒரு காகிதத்தில் அந்தப் பெட்டியில் தாங்கள் பார்த்த பொருட்களை எழுத வேண்டும். போட்டியாளர்கள், தங்கள் நினைவில் நின்ற பொருட்களோடு கூடுதலாகச் சிலவற்றை யூகித்தும்

எழுதுவார்கள். குறுங்கவிதையும் இதை ஒத்தது தான். 'பாதி மூடிய கதவு' என்று கூறலாம். வாசிப்பவரின் சிந்தனைக்கு சிறிதாவது வேலை கொடுப்பதே ஒரு சிறந்த கவிதைக்கான இலக்கணம்.

தொடர் வாசிப்பு, தளரா எழுத்து, சுய பரிசீலனை, எழுதியதை நிராகரிக்கும் துலாக்கோல் நோக்கு இவற்றைக் கடைப்பிடிக்கும் போது, கவிஞரின் கவிதைகள் அவருக்கான இசையைத் தரும் விசைப்பொத்தான்களாக மாறும் என்பது உறுதி. அந்த நாளில் வாழ்த்த வேண்டியதை இந்த நாளிலேயே,

"பாட்டுத் திறத்தாலே இந்த வையத்தைப்

பாலித்திட வேண்டும்"

என்ற மகாகவியின் கவிதை வரிகளின் துணையுடன் வாழ்த்தி மகிழ்கிறேன்.

- எழுத்தாளர் **பா.சேதுமாதவன்,**
திருச்சி.

என்னுரை

பாதையோர பூக்களாய்

நான் ஒரு பாதையைக் கண்டேன். ஆயிரம் மனிதர்கள் அன்றாடம் அவ்வழியே பயணித்துக் கொண்டிருந்தார்கள். அவரவர் அகத்தினுள் ஆயிரம் எண்ண ஓட்டங்கள். உழுவையைக் கண்டதும் கடுகிடும் மான் போல் சிலர். அடக்கத்திற்கு உவமையாய், வள்ளுவன் வருணித்த ஆமை போல் சிலர். களிப்பில் சிலர். கண்ணீரில் சிலர். அணங்குகட் சிலர்; ஆடவர் சிலர். எட்டாத அதிசயமாய் நங்கையராய் சிலர். இயலெழிற் கண்டு, மையல் கொண்டு சிலர். கனவுகளில் சிலர். நினைவுகளில் சிலர். வெம்மையில் சிலர். தண்மையில் சிலர். வேதனைகளில் சிலர். சோதனைகளில் சிலர். இப்படி எத்தனையோ முகங்களும், வெளிக்காட்டா அகங்களும் அவ்வழியே.

அத்தனை வேறுபாடுகளுக்கும் மத்தியில் பொதுவாய் அமைந்தவை இரு பொருள்கள். ஒன்று அந்தப் பாதை; மற்றொன்று, அந்தப் பாதையோரத்தில் மணம் பரப்பிக் கொண்டிருந்த சில மலர்கள். பலதரப்பட்ட மனித உணர்வுகளுக்கு இடையில், அழகாய்ச் சிரித்துக் கொண்டிருந்தன

அவை. அத்தனை மனிதர்களுக்கும் ஆறுதலாகவும் நின்று ஆடிக் கொண்டிருந்தன.

வலிகளால் வாடி நின்ற மானுட உள்ளங்களை வருடிக் கொண்டிருந்தன அந்த வண்ண மலர்கள். கண்டுக் களித்தவர்கள் சிலர்; முகர்ந்து மகிழ்ந்தவர்கள் சிலர்; தழுவி உவந்தவர்கள் சிலர்; சூடிச் சென்றவர்கள் சிலர்; பறித்துப் பாதையோரமாய் வீசிச் சென்றவர்கள் சிலர். இவ்வாறாக மாறுபட்ட பல மானிட உணர்வுகளுக்கு பதிலாகவும், பலியாகவும் மாறிக் கிடந்தன அப்பாதையோரப் பூக்கள்.

இதோ, இப்போது, இந்த நொடி அந்தப் பாதையும், பாதையோரப் பூக்களும் உங்களுக்காக, உங்கள் முன்; உங்கள் கண்களில், உங்கள் கைகளில். சில உணர்வுகளையும், உறவுகளையும், உரசல்களையும், உரிமைகளையும் உருக்கி, உங்களுக்காக ‘பாதையோரப் பூக்களாய்...’. வாசியுங்கள், களிப்புறுங்கள், உரப்புறுங்கள், உயிர் பெறுங்கள்.

உன் கையில் இல்லாத ஒன்றைப் பற்றி என்றும் கவலை கொள்ளாதே. அவ்வாறு ஒன்று இருப்பின், அதனை உன்னை விஞ்சிய ஓர் ஆற்றல் பார்த்துக் கொள்ளும்.

"வக்கற்றவன் எவனுமில்லை;

வாழ்க்கை ஒன்று

வாய்க்கப் பெற்றப் பின்"

உனக்கான வாழ்வு கிடைத்து, ஆண்டுகள் பல கழிந்திருக்கலாம். ஆனால் நீ தான் உணராமல், மயங்கி உறங்கிக் கொண்டிருக்கிறாய். சரி, கனவிலாவது உன்னைத் தட்டி எழுப்பலாம் என்ற எண்ணத்தில், என் சில கவிதைகளைப் படைத்திருக்கிறேன்.

"எக்குடி யுதித்து எவ்வினை செயினும்

இப்புவி யுதித்தோர் யாவரும் சமமே"

எனவே, அனைவரையும் மதிப்போம். யாவரும் ஒன்றாய்ப் பயணிப்போம். மூலிகைகளைப் பாதுகாப்போம்; அவற்றின் பயனறிவோம். **"பயனறியாப் பொருள் பாரில் இருந்தும் பயனில்லை"**. வாழ்வின் கடிய நிலையில் நின்றாலும், களைப்புறாது உழல்வோம். புதுமைகள் புரிவோம், பழமையும் பேணுவோம். இவையெல்லாம் எனது வேண்டுகோள்கள் அல்ல; நீங்கள் ரசித்த, ரசிக்கப் போகின்ற பாதையோரப் பூக்களின் வேண்டுகோள்.

"உள்ளத்து உணர்வுகளின் உளறல்களுக்கு

உயிரூட்ட

உயிர் தந்தவள் உவந்தூட்டிய உணவு

தமிழ்".

இந்தப் பாதையோரப் பூக்களுக்கு இடம் தந்து, வளம் தந்த இயற்கையாகிய இறைவனுக்கு முதல் நன்றி. இந்த பாதையோரப் பூக்களுக்கு உயிராய், முதலாய் நிற்கும் வேராகிய என் பைந்தமிழுக்கு நன்றி. இப்பூக்களை இதுகாறும் தாங்கி நின்ற, நின்றுக் கொண்டிருக்கும் தண்டுகளாகிய எம் பெற்றொருக்கும், ஆசிரியர்களுக்கும் நன்றி. இறுதியாய், துவளும் சமயங்களில் எல்லாம் தூக்கிப் பிடித்து, துடிப்பூட்டிய உறவுகளுக்கு எல்லாம் நன்றி. உங்களின் அன்பை என்றும் எதிர்பார்த்து, என் இரண்டாம் நூலில், பாதையோரப் பூக்களாய், ஆரா அன்புடன்,

அருள்மொழிவர்மன்

(அ. மில்டன் வில்பிரெட்)

அலைபேசி: **9751330947 / 7904643217,**

மின்னஞ்சல்:**miltonvilfret@gmail.com**

பதிப்புரை

பாதையோரம் பூத்திருக்கும் பூக்கள் சற்றே வசீகரமானவை. அவை அந்த பாதை சேரும் பயணிகளையும் ரசிகர்களாக்கி விடும் திறன் படைத்தவை. இந்த பாதையோரப் பூக்கள் கவிதைத் தொகுப்பும் அதன் வழியே பயணிக்கும் நம்மை ரசிகர்களாக்குவதோடு சில இடங்களில் நிறுத்தி சிந்திக்கவும் வைக்கிறது. சொற்களின் எண்ணிக்கை சொற்பமாகும் போது கவிதையின் அழகு சற்றே கூடுதலாவது இயல்பு. இரண்டு அல்லது மூன்று வரிகளுக்குள் தான் எண்ணிய செய்தியை சொல்லி விடும் வல்லமை படைத்த கவிதைப் பூக்களை இந்த கவிதை தொகுப்பு நெடுக்க தூவி இருக்கிறார் கவிஞர் மில்டன் வில்பிரெட்.

"உணரப்படும் வரை

உறங்கிக் கொண்டுதான் இருப்பேன்"

என்று உண்மையின் உண்மை தன்மையை அடியில் சொல்லி விட முயலும் நேர்த்தி பாராட்டுக்குரியது.

"சமுதாய கழிவுகள்" எனும் தலைப்பில் எழுதப்பட்டிருக்கும் கவிதை வரிகள், சாதி சாக்கடையில் வீழ்ந்து நெளியும் புழுக்களுக்கு சற்றே சூடும் சக்தி படைத்தவை.

"உயிர் வாழும் உலகை வெப்பமாக்கிவிட்டு

உடலை மட்டும் குளிர்விப்பதில்

என்ன பயன்?"

என்ற கேள்விக்குறி குளிர்சாதனப் பெட்டியை மட்டுமல்ல நம்மையும் சிந்திக்க வைக்கிறது.

முதுமையின் நிலையை மூப்பு எனும் இரு வரி கவிதையில் விளக்கி இருப்பது கவிஞரின் முதிர்ச்சியை அறிவிக்கும் விதமாக அமைந்திருக்கிறது.

இப்படியாக கவிதைகள் மட்டுமல்ல கவிதைகளுக்கு கவிஞர் வைத்திருக்கும் தலைப்பும் கூட மணம் வீசுகிறது. சம காலத்தில் எத்தனையோ புதுக்கவிஞர்களின் புதுக் கவிதைகள் பூத்துக் கொண்டுதான் இருக்கிறது, அந்த

வரிசையில் இந்த பூங்கொத்து தனக்கான தனி இடத்தை தேடுப் பிடிக்கும் என்று நம்பும் வகையில் கவிதைகள் அமைந்திருக்கிறார் கவிஞர் மில்டன் வில்பிரெட். **PWO** பதிப்பகத்தின் வாயிலாக கவிஞர் மில்டன் வில்பிரெட் அவர்களின் பாதையோரப் பூக்கள், மாலையாக்கப்பட்டு வெளியிடப்படுவது மனநிறைவோடு மகிழ்ச்சியையும் தருகிறது. வாசகர்களையும் இந்த பாதையோர பூக்களின் மணம் ஈர்க்கும் என்று நம்புகின்றோம்!

- இரவி ராகுல்

உள்ளடக்கம்

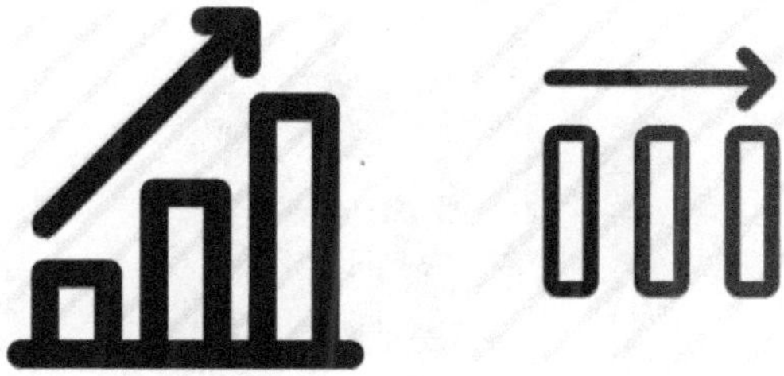

கம்யூனிசம்

கணிதத்தில் கம்யூனிசம்

சராசரி.

குப்பையிலே

சாலையோரங்களில்

சில அன்னச் சத்திரங்கள்

குப்பைத் தொட்டிகள்.

அடிமைப்பெண்

அஃறிணையாய் அவள்!

இன்றும்

சிலர் நடுவில்.

ஏனோ?

வண்ணங்கள் பல தன்னிடம் இருந்தும்,

ஏனோ

கருமை மீது தான் காதல்!

அந்த மஞ்ஞைக்கு.

(மஞ்ஞை - மயில்)

திறமையின் ஏழ்மை

அடகில் இருக்கும்

அந்தத் தங்கப் பதக்கத்தைக் கேளுங்கள்.

அது சொல்லும்,

அந்த ஏழையின் திறமையை;

திறமையின் ஏழ்மையை.

ஏனோ?

ஆயிரம் வீரர்கள் தன் வசம் இருந்தும்,

ஏனோ

அயல் நாட்டு வீரர்கள் மேல் தான் ஆசை!

அந்த அரசனுக்கு. **(மூலிகை மருத்துவம்)**

உண்மை

உணரப்படும் வரை

உறங்கிக் கொண்டு தான் இருப்பேன்.

சமுதாயக் கழிவுகள்

மேல் வர்க்கமோ,

கீழ் வர்க்கமோ

எந்த **வர்க்கக் கழிவாய்** இருந்தாலும்

என்னிடம் சமம் தான்.

இப்படிக்கு,

சாக்கடை.

குளிர்

கருவறைக் குழந்தை போல் ஆகி விட்டேன்!

கம்பளம் இன்றி

கண்ணயர்ந்த - அந்தக்

குளிர்ந்த இரவில்.

வெட்கத்தில்

பெண் பார்க்க வந்தவனைப்

பார்த்து ரசிக்கும் ஆசையிலே,

மெல்ல மெல்ல எட்டிப் பார்த்தவள்

தன் முழு முகத்தையும்

அவன் பார்த்து விட,

மெல்ல ஓடி மறைந்து கொண்டாளாம்

வெட்கத்தில்.

(வளர்பிறை, பௌர்ணமி, தேய்பிறை, அமாவாசை)

அனாதையாய் நான்

காலடியில் தான் கிடக்கிறேன்;

ஆனாலும்,

கண்டுகொள்ள ஆளில்லை...

(மூலிகைகள்)

உடைந்த உறவுகள்

ஆயிரம் கர்ணர்கள் இங்குண்டு;

அறியாக் கதைகளும் பலவுண்டு;

சிந்தித்துப் பார்க்கவோ நேரமில்லை;

மீண்டும் சேரவோ மனமும் இல்லை.

பட்டம்

விட்டவனுக்குப் புகழ்ச்சி,

பெற்றவனுக்கோ இகழ்ச்சி.

சதுரக் காதல்

ஒரு தலைக்காதல்

நிலவுக்குத் தாமரை மேலே,

தாமரைக்கோ ஆதவன் மேலே,

ஆதவனுக்கோ ஆம்பலின் மேலே,

ஆம்பலுக்கோ அம்புலி மேலே.

சமாதி(தீ)

பிரிவினைகளுக்கும்

பிரித்தவர்களுக்கும்

சமாதி.

கேள்விக்குறி

உயிர் வாழும் உலகை வெப்பமாக்கி விட்டு,

உடலை மட்டும் குளிர்விப்பதில்

என்ன பயன்?

(குளிர்சாதனக் கருவிகள்)

அவள்

கனவுகளோடு

தோளில் பை சுமந்து,

கல்லூரி செல்லும் - தன்

சிறு வயது தோழனை,

வாசலில் நின்ற படி

வேடிக்கை பார்த்துக் கொண்டிருக்கிறாள்

கற்கும் காலத்தில்,

கருவைச் சுமந்த படி

கனவுகளைத் தொலைத்தவளாய்

அவள்.

பதினெட்டு

அடிப்படை வயது

ஓட்டுக்கு மட்டுமல்ல;

கேட்டுக்கும் தான்.

எதற்கு?

பறக்கவே பயிலாத பறவைகளுக்கு

கூடு கட்டும் பயிற்சி எதற்கு?

(குழந்தைத் தொழிலாளர்கள்)

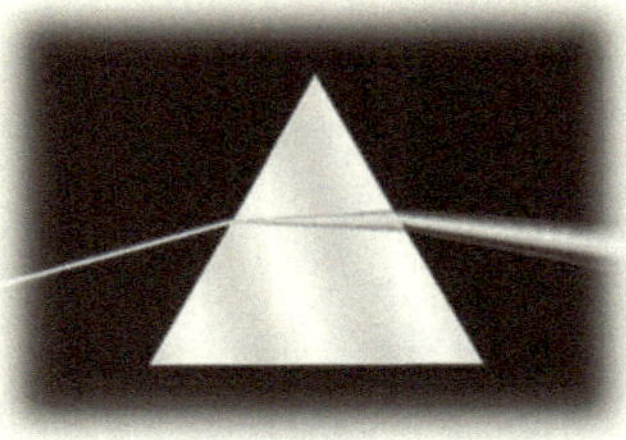

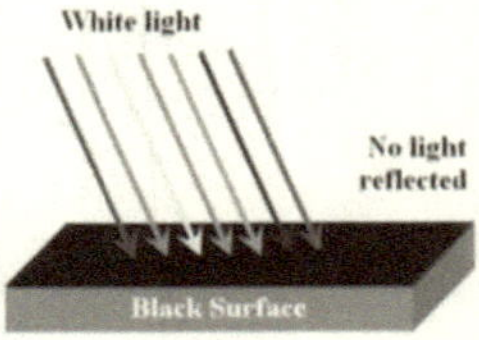

களவு

வெள்ளையனின் சொத்துகளை எல்லாம்,

கொள்ளையடித்துக் கொண்டு இருக்கிறான்;

ஒரு கருப்பன்.

(கரும்பரப்பு வெள்ளொளியின் நிறங்களை உள்வாங்கிக் கொள்ளுதல்)

தத்துப் பிள்ளை

பூந்தோட்டத்துப் பூக்களைக் கண்டு,

சாலையோர மலர்கள் வாடிடக் கண்டு,

சாலையோரம் பூத்தப் பூவை,

அன்புடன் பறித்து,

ஆனந்தமாய்ச் சூடிக் கொண்டேன்.

மூப்பு

முகவரி வந்தது;

முகவரி இல்லை.

உறக்கம்

கனவுகள் உறங்கிக் கொண்டிருக்கின்றன,

உறங்காமல் தவிக்கும்

அந்த ஏழையின் மனதில்.

அரசன்

எல்லா திசைகளிலும்

எல்லைகள் அமைத்து,

அந்தரத்திலே

ஒரு அரசாட்சி.

(சிலந்திக் கூடு)

எட்டு வழிச் சாலை

வரவுக்கு முன்பே

வனங்களை எல்லாம் அழித்தால்,

எக்காட்டில் வாழ்வாயோ?

என்(ண்) கருநாகமே.

வலிக்கத் தான் செய்யும்

கண்டிப்புகள்,

கல்லின் மேல் விழுந்த உளியடிகள்.

நடுவிலே நான்

விண்ணுக்கும் மண்ணுக்கும் போர்

நடுவில்,

கேடயம் ஏந்திய படி நான்.

(மழையில் குடையேந்தியபடி நான்)

வீட்டுக்குள் விண்மீன்

“அம்மா...! அம்மா...!

நம்ம வீட்டுக்குள்ள நட்சத்திரம் இருக்குமா...!”

ஓட்டைக் குடிசை பேசும்

வறுமை தெரியாமல்,

துள்ளிக் குதித்தது;

அந்தச் சிறுபிள்ளை.

என்றோ?

இ(எ)ன்றும்

இணை சேராக் காதலராய்;

இருளும் ஒளியும்.

தூது

“பொழிந்தது போதும்; நிறுத்திக்கொள்”

கார்முகிலுக்குக் கதிரவன் விடுத்த

ஓர் வண்ணத் தூது.

(வானவில்)

அகரம் தான்

தொட்டது சிகரம் என்றாலும்,

தொடங்கியது அகரத்தில் தான்.

துன்பங்கள்

முதலில் பித்தனாக்கும்;

பின்னர் புத்தனாக்கும்.

காதல்

"அவளை அணைத்தே தீருவேன்"

அடம் பிடிக்கிறான்,

அன்புக் காதலன்.

(தீயணைப்பு வீரன்)

புகார்

அமைதியாய் இருந்த அவள் மேல்

கல் வீசி விட்டேனாம்;

கோபத்தில்

கரைகளிடம் புகார் செய்யத் தொடங்கி விட்டாள்;

தூதாக அலைகள்.

(நீர் நிலைகளில்)

திருடனுக்கு தேள் கொட்டி விட்டது

திருடி வந்த பொருள்,
திருடப் பட்டதால்,
திக்கு முக்காடி நிற்கிறது;
அந்தத் திருடர் கூட்டம்.
(தேனீக் கூட்டம், தேன் கூட்டிலிருந்து தேன்
திருடப்பட்ட நொடியில்)

அழுகை

“இணைப்பிற்கு பெயர் போன என்னையும்,
பிரிக்க வைத்து விட்டார்களே;
பல உயிர்களை”.
முடிச்சுகள் அழுகின்றன.
(தூக்குக்கயிறு)

வயிற்றுச் சுருக்கம்

சிலருக்கு வலிமையின் அடையாளம்;

சிலருக்கு வறுமையின் அடையாளம்.

ஏனோ?

“முற்பகல் செய்தேன்; பிற்பகல் விளையவில்லையே!”

மனதுக்குள் அழுகின்றன மரங்கள்.

நண்பர் கூட்டம்

தனித்தனியே பிறந்தாலும்

ஒன்றாய்க் கிடக்கிறது

இந்த நண்பர் கூட்டம்.

(இட்டலி)

மறந்து விட்டேன்

மறதி,

சிலருக்கு நோய்;

சிலருக்கு மருந்து;

சிலருக்கு,

.

மன்னிக்கவும்,

மறந்து விட்டேன்.

தங்கையர்க்கு

உரிமையாய்ச் சேட்டைகள் செய்பவள்;

உயிரை எடுக்கவே வந்து பிறந்தவள்;

கோபத்தைக் களிப்புடன் ரசித்தவள்;

கண்ணாடி முன்னிலே காலம் கடத்துபவள்;

பக்கம் இருந்தால் பாடாய்ப் படுத்துபவள்;

பார்க்காத நொடிகளில் ஏங்கியே தவிப்பவள்;

அவள் தாயா?

சேயா?

இல்லை, பேயா?

குழம்பித் தவிக்கிறேன்,

அவள் குறும்பினை ரசித்தவனாய்.

ஏனோ?

அத்தனை கோபம்

அகத்தில் இருந்தாலும்,

கண்களில் வழிந்த நீரைக் கண்டதும்

கண்ணீரின் காரணம் கேட்டு,

சாடையாய்த் தூது சென்றது,

நான் கொண்ட பாசம்.

நட்பு

உறவுகளே இல்லாத சிலருக்கும்,

உறவுகளே மதிக்காத பலருக்கும்

உறவுகள் அனைத்தையும் ஒன்றாய்க் காட்டி,

உரிமையோடு உடன் நிற்கும் ஒற்றை உறவு

நட்பு.

அந்நாள் முதலாய்

என் உணவையும் சேர்த்து,

ஒரே ஆளாய் உண்டவள்,

தன் உணவையும் சேர்த்து,

எனக்கு ஊட்டத் தொடங்கி விட்டாள்,

அந்நாள் முதலாய்.

(பிறந்தநாள்)

மனமில்லையோ?

பத்து திங்கள் சுமந்தவளுக்கு,

பணியில் விடைபெற மனமில்லை போல,

ஒற்றைக் காலிலே நிற்கிறாள்!

உயிருள்ள வரை

உள்ளத்தில் சுமப்பேன் என்று.

நெசவு

கைகளும், கால்களும்

கூட்டாய்ச் சேர்ந்து,

கண்கவர் நிறங்களில்

கவிதைகள் வரைகின்றன.

அழகிய உணர்வு

மலருமா? மலராதா?

என்றே அறியாமல்,

முகையின் அழகை ரசித்த படி,

ஒவ்வொரு நொடியையும் அனுபவித்துக்

கொண்டிருக்கிறேன்!

ஒரு தலைக் காதலனாக.

மயங்கி விட்டேன்

என் அழகில் நானே மயங்கி விட்டேன்,

உ(எ)ன்னைப் பார்த்த பின்பு.

(குழந்தைப் பருவ புகைப்படம்)

நீ வந்ததால்

உள்ளங்கைக்குள் நீ வந்ததால்,

உலகை மறந்து உன்னையே பார்த்து

கொண்டிருக்கிறேன்,

நீ தான் என் உலகம் என்று.

(கைப்பேசி)

முதல் காதல்

வண்ணங்களின் வர்ணனையில்

அழகாய் அசைந்து,

புரியா மொழி பேசி புன்னகைக்க வைத்து,

என் கண்களைக் கவர்ந்து,

மெய்மறக்கச் செய்த,

என் முதல் காதல் என்றும் நீயே.

(கேலிச் சித்திரம்)

புதிய புதிர்

புதிதான உணர்வை,

புதிரான உணர்வை,

புன்முகத்தோடு அனுபவித்தேன்!

பின் விளைவுகளை அறியாதவனாய்.

(முதல் காதல்)

வரலாறு

கசிந்த கண்ணீரும்

சிந்திய செந்நீரும்

வடிந்த வியர்வையும்

மையாய் மாறி,

வரிகளாகிக் கிடக்கின்றன,

வரலாற்றின் பக்கங்களில்.

பிரிவு

நிகழ்ந்த அனைத்தையும்

நினைவுகளாக்கி விட்டது,

அந்த ஒற்றை நொடி.

குதிரைச் சவாரி

குதிரையே இல்லாமல்,

குதிரை சவாரி செய்கிறேன்!

குண்டும் குழியுமான

சாலையிலே.

சிறுகவிதைகள்

அளவில் குறைவிருந்தாலும்,

அளப்பதில் குறைவில்லை.

ஏனோ?

அவதரிக்கவே இல்லை;

அதற்குள் அதிகபட்ச தண்டனையா?

(கருக்கலைப்பு)

கள்வன்

ஒற்றை சிமிட்டலில் சிறையெடுத்து விட்டான்!

ஒட்டு மொத்தத்தையும்.

(நிழற்படவி)

பேராசை

மலர்களிலே தேன் எடுக்கச் சொன்னால்,

தேனுடன் சேர்த்து

வண்ணங்களையும் களவாடிக் கொண்டிருக்கிறது!

இந்தக் கள்வர் கூட்டம்.

(வண்ணத்துப் பூச்சிகள்)

அவளின் நெற்றிப் பொட்டு

பிறைநிலவில் ஒரு முழுநிலா.

வேதனை

என் கனவுகளைக் கொல்வதற்குப் பதிலாக,

என்னைக் கருவிலேயே கொன்றிருக்கலாம்,

இப்படிக்கு,

கல்யாணப் பெண்.

(குழந்தைத் திருமணங்களும், கட்டாயத் திருமணங்களும்)

தலைகணம்

தலையில் கணம் இருக்கிறது என்ற

தலைகணத்தில்

எல்லோரையும் தாக்கிக் கொண்டிருக்கிறான்.

(சுத்தியல்)

குழலிசை

வீசும் காற்றும்

வித்துவான் ஆகிவிட்டது!

விரல்களின் அசைவினிலே.

வரலாறு

வலிகள் பல
கடந்து வந்தவர்களின்
வருகைப் பதிவேடு.

எதற்கு?

வெற்று மெய்களுக்குள் வேற்றுமை எதற்கு?

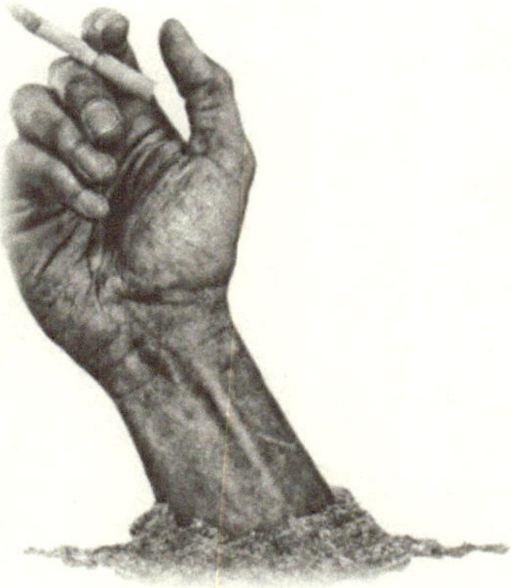

எனக்கு நானே எமன்!

தனக்கு தானே

கொள்ளி வைத்துக் கொள்கிறான்!

புகையிலைச் சுருட்டினைப்

பற்ற வைத்த நொடியிலே.

ஆசை

சிற்றூரும் சென்று,

குற்றுயிரும் வென்று,

நற்றுயிராய் நின்று,

வெற்றுடலாக ஆசை.

எழுத்து

வரிகளை வாசிப்பதால்,

வாழ்க்கை மாறினால்,

வரிகளை வடித்தவனும்

வாழ்நாள் சாதனையாளன் தான்.

ஏனோ?

மலர்களிலே தேன் தீர்ந்ததால்

தேன் கூட்டை நோக்கி வண்டுகள் நகர,

கூட்டைக் காக்க வேண்டிய தேனீக்களே

வண்டுகளுக்கு வழி விட்டு நின்றதேனோ?

(போலி அரசியல்வாதிகள்)

ஆரா அன்பு

ஒவ்வொரு முறையும்

மழையில் நனைந்திட என் மனம் துடிக்கும்;

மழையின் அழகை ரசிப்பதற்காக அல்ல,

மழையில் நனைந்த என் தலையை

என் தாய் துவட்டி விடும் அழகை ரசிப்பதற்காக.

ஏக்கம்

ஏழு சுரங்களும் ஏங்குகின்றன,

என் தாயின் தாலாட்டிற்காக.

எழுதுகையில்

என் வரிகளே அழுது விட்டன,

உம் வலிகளை எழுதுகையில்.

(உழவர்கள்)

விடை பெறுகிறேன்

தண்ணீர் வறண்டதால் கண்ணீரைப் பாய்ச்சினேன்,

கண்ணீரும் வறண்டதால் கடவுளிடம் செல்கிறேன்.

யாரோ?

நாண் பூட்டி

அம்பு எய்து

உயிர்களை எல்லாம்

பறித்தவனுக்கு,

பண் பூட்டி

பாட்டிசைத்து

உள்ளங்களைக் கவரப்

பயிற்றுவித்தவன் யாரோ?

(வில்லுப்பாட்டு)

ஐம்பதில் ஓர் அத்லெட்

ஓடி உழைக்க வேண்டிய வயதில்,

உட்கார்ந்து ஓய்வெடுத்து விட்டு,

ஓய்வெடுக்க வேண்டிய வயதில்

ஓடிக் கொண்டு இருக்கிறான்,

நிற்கிறேன்

ஒற்றைக் காகிதக் கையெழுத்திற்காக,

கற்றைக் காகிதம் ஏந்தி நிற்கிறேன்!

(கையூட்டு)

வன்முறை

தத்தி தத்தி நடந்த சமயத்தில்,

தவறி விழுந்த இடத்தைத்

தண்டிக்கப் பழக்கிய போதே

வடிவெடுத்து விட்டது,

வன்முறை.

மௌனத்தில்

ஊருக்கே கதை சொல்லிக் கொண்டிருக்கின்றனர்,

சில ஊமை மனிதர்கள்!

(மௌனநாடகம்)

உணவு சுழற்சி

உடல் தவழும் சமயத்தில்

மண் எனக்கு உணவு,

உயிர் தவறும் சமயத்தில்

நான் மண்ணுக்கு உணவு.

எப்படி?

செந்நிற திரவம்

வெண்ணிறமாகியது!

வேதிவினை ஏதும் நிகழாமல்.

(தாய்ப்பால்)

மறந்ததோ?

வரைந்த ஓவியத்திற்கு
வண்ணம் தீட்ட மறந்ததோ!
அந்த வண்ண ஒளி.
(நிழல்)

கள்வர்களாய்

கல்லைக் கொண்டே
வில்வித்தை பழகினோம்!
காய், கனி கவரும் கள்வர்களாய்.

பாவி

கூசுகிறதே என்று தொட்டேன்.

பாவி,

என்னைக் கொலைகாரனாக்கி விட்டு

போய் விட்டான்.

(கருப்பு எறும்பு)

நான் மாணவன்

"நீ அவனா...? இல்லை, இவனா...?"

என்ற கேள்விகளுக்கு எல்லாம்,

"நான் மாணவன்"

என்ற ஒற்றை பதிலில்

முற்றுப்புள்ளி வைத்தவன். **(சீருடை)**

நாள் வரும்

குப்பை என்று உன்னை உறவுகள் உதறினால்,

காலம் என்னும் காற்றிலே கவலையின்றி பறந்து போ,

நிச்சயமாய் ஒரு நாளிலே,

குருவி ஒன்று உன்னை கொத்திச் செல்லும்,

அதன் கூட்டிலே உன்னைக் குடி வைக்க.

எங்கே?

தத்துவங்கள் எங்கே பிறக்கின்றன?

தொலைந்த கனவிலும்

தொலைத்த உறக்கத்திலும்.

நிழல் மொழி

நிழல்கள் பேசுகின்றன,

வண்ணத் திரையிலே.

(பொம்மலாட்டம்)

நீயே சொல்

அகத்தின் அழகு முகத்தில் தெரியுமாம்;

எனில், நீயே சொல்

உன் அகம் அழகா?

இல்லை அவலமா?

(பலாக் கனி)

வென்று விட்டான்

மனிதன் கடவுளையே வென்று விட்டான்!

அழிவே இல்லாத

அழிவை உருவாக்கி.

(நெகிழி)

தந்திரக்காரி

நான் அவளை அழ வைத்த நொடிகளை எல்லாம்

கணக்கில் வைத்துக் கொண்டு,

என்னை மொத்தமாக கண்ணீர் சிந்த வைக்கக்

காத்திருக்கிறாள்!

என் கையை விட்டு விட்டு,

அவளின் கணவனைக் கரம் பிடிக்கும் நாளிலே,

என் சகோதரி,

அவள் கள்ளி தான்.

ஏனோ?

கடினமான களங்களிலே

களை எடுக்கத் தெரிந்த எம் அறிவுக்கு

மென்மையான காற்றிலே

களை எடுக்கத் தெரியவில்லையே.

(புகை, காற்று மாசு)

வண்ண வலை

வண்ணங்கள் பல தூவி,

யாருக்கு வலை விரிக்கிறாளோ அந்த மங்கை?

அப்பப்பா!

எத்தனை சிக்கல்கள்

அவளின் வாசல் கோலத்திலே.

கொடுத்தேன்

உண்ட உணவின் விளைவைக் காண
உண்ணக் கொடுத்தேன்
ஒற்றை ரூபாயை.
(எடை பார்க்கும் இயந்திரம்)

காவியக் காதல்

கருமையும் வெண்மையும் கொண்ட
காவியக் காதலால்
உலகமே கற்றுக் கொண்டிருக்கிறது.
(கரும்பலகையும், சுண்ணக்கட்டியும்)

ஏனோ?

என் முகத்தின் சுருக்கத்தை விரும்பாதவர்களுக்கு,

என் முந்தானைச் சுருக்கம் மட்டும்

பிடித்துப் போனது ஏனோ?

(முதியவளின் மனக்குமுறல்)

நீ தானோ?

ஏ வரிப்புலியே,

அந்த ஆழிக்கு நீ தான் ஆசிரியரோ?

மெதுவாய்ப் பதுக்கி,

மொத்தமாய்ப் பாய்ந்து விட்டது!

உன்னைப் போலே.

(சுனாமி)

தெரியவில்லை

எவன் விட்ட பம்பரமோ?

இங்கே சுழன்று கொண்டிருக்கிறது,

சிக்கிய அனைத்தையும்

சிதற விட்ட படி.

(சூறைக் காற்று)

தனிமையோ?

பூமித்தாய் தனிமையில் இருக்கிறாள் போல!

தன்னோடு உறவாட,

உயிர்களைக் கூட்டிச் செல்ல வந்து விட்டாள்!

மௌனமாய் தன் வாயைப் பிளந்து.

(நில நடுக்கம்)

ஆலமரம்

முத்தில் இருந்து
முத்தாய்ப்பாய் வளர்ந்து நிற்கிறான்!
ஒரு இராட்சதன்.

அன்பு முத்தம்

நான் வளர்ந்து விட்டேன்
என்பதை உணர்த்தி விட்டாள்,
அவளின் ஒற்றை முத்தத்தில்,
என்ன,
வலி தான் கொஞ்சம் அதிகமாகி விட்டது.
(நிலைவாசலில் இடித்துக் கொண்ட தருணம்)

நினைவிருக்கட்டும்

அவளின் பசுங்கூந்தலுக்கு நடுவே

உலாவிக் கொண்டிருக்கும் பேன்கள் தான் நாம்,

நினைவில் இருக்கட்டும்;

தொல்லைகள் அதிகமானால்,

தேடிப் பிடித்து கொன்று விடுவாள்,

அவள்.

(இயற்கை அன்னை)

பொறை

பாரையே அழிக்கும் அளவுக்கு

படை வலிமை இருந்தும்

பொறுமை காக்கிறாள்!

அந்தப் பேரரசி.

(இயற்கை)

இது தான்

நகத்தினிலே மை வைத்து,
தலையிலே எழுதிக் கொண்டேன்,
அடுத்த ஐந்து ஆண்டுகளுக்கு
என் தலையெழுத்து இது தான் என்று.

கயல்விழியாள்

இரு சின்னஞ்சிறு மீன்களுக்கு
என்னை இரையாக்கி விட்டுப் போய் விட்டாள்,
அந்தக் கயல்விழியாள்(ல்).

என்னவோ?

காதலனைப் பிரித்து,

கைக்கு தொலைவில் வைத்ததாலோ என்னவோ?

அகன்ற அரசு இருந்தும்,

ஆயிரம் வீரர் அருகில் இருந்தும்

கரைகிறாள் அந்த இளவரசி

தன் காதலன் நினைவில்.

(தேய்பிறை நிலவு)

உலகம் உற்றுநோக்கும்

பலரும் வந்து போகட்டும்,

உன் வழியில் நீ உயங்காமல் ஓடு;

உலகமே உன்னை உற்றுப் பார்க்க ஆரம்பிக்கும்!

என்னைப் போல்,

இப்படிக்கு,

நொடி முள்.

(உயக்கம் = தளர்ச்சி)

மயக்கி விட்டான்

தலையை உயர்த்திப் பார்க்க வைத்தவன்

தலை குனிந்தவாறே இருக்க வைத்து விட்டான்!

(அலைபேசி கோபுரம்)

அமாவாசையில்

தினமும் வந்தவள்

திடீரென தொலைந்ததால்

கரைகிறேன்

அவளைக் காணத் துடித்தவனாய்.

புன்(ண்)சிரிப்பு

வடியும் புண்களை,

அழுதிடும் கண்களைக்

கண்ட நொடியில் கரைந்த மனத்தவளாய்,

புண்ணிலும் கண்ணிலும் நீரைத் துடைத்து,

புண்ணையும் சிரிக்கச் செய்தார்!

ஒரு புன்(ண்)சிரிப்பு.

(அன்னை தெரேசா)

மலரிலே மலர்ந்த மலர்

ஒரு மலரே மலரினில் மலர்ந்த விந்தை கண்டு

மையல் கொண்டு நிற்கிறேன்.

(குறிஞ்சியில் பூத்த குறிஞ்சி)

வாழ்க்கை

இரு இருண்ட அறைகளின் நடுவே

நிம்மதியைத் தேடிக் கொண்டு

நிரந்தரமில்லாத

ஓர் நிர்பந்தப் பயணம்.

பிரச்சினை

புரிந்து கொள்ள வேண்டியவற்றைப்

புரிந்து கொள்ளாததாலும்,

புரிந்து கொள்ளக் கூடாதவற்றைப்

புரிந்து கொண்டதாலும்

விளைந்த புதிரான ஒன்று.

ஏனோ?

குறிஞ்சியிலே உருவெடுத்தாய்

முல்லையிலே வளம் பெற்றாய்

மருதத்திற்கு நலம் செய்தாய்

நெய்தலிலே கலந்து விட்டாய்

நால்வருக்கும் நன்மை செய்த

நதித்தாயே நீ

பாலையாகிய எனக்கு மட்டும்

பாசம் காட்ட மறுத்ததேனோ?

இப்படிக்கு,

ஐந்தாம் மகன்.

(பாலையின் மனக்குமுறல்)

நன்றே

மனிதம் போற்றின் மதங்களும் நன்றே!

சமத்துவம் பழகின் சாதியும் நன்றே!

ப(ந)ஞ்சு மிட்டாய்

பாம்பினை விட்டு கடிக்க வைத்து விட்டு,

பஞ்சு மிட்டாயைக் காட்டி,

மறக்கடிக்கச் செய்கிறார்கள்!

நான் பட்டக் கடியை.

(சில ஊடகங்கள்)

யாரறிவாரோ?

உலகிற்கு

மரத்தின் நிழல் தெரிந்தது;

மலரின் மணம் தெரிந்தது;

கனியின் சுவை தெரிந்தது;

காற்றின் இதம் தெரிந்தது;

தாங்கி நின்ற வேரின் வலி யாரறிவாரோ?

(ஆசிரியர்)

(வலி= வலிமை, வலிகள்)

குடிமகன்

இன்று நான் குடிகாரன்;

நாளை என் மகன் கடன்காரன்.

பரிசு

பரிசில் வேண்டிப் பாடி வந்தவனுக்குப்

பரிசாய்க் கிட்டியது

“பளார்…” என்ற அடி.

(கொசு)

www.ingramcontent.com/pod-product-compliance
Lightning Source LLC
LaVergne TN
LVHW100404051026
849518LV00003B/1135
9788194928812